હોળી

મિહિર જાગૃતિ વોરા

આ પુસ્તક હું મારા માતા પિતા , મોટા ભાઈ ભાભી અને નાની પ્રિય ભત્રીજી ને
અર્પણ કરું છું .

સામગ્રી

પ્રસ્તાવના

દર વર્ષે ફાગણ માસની પુનમના દિવસે માર્ચ મહિનામાં આવતો લોકપ્રિય હિંદુ તહેવાર એટલે હોળી. હોળી અને ધુળેટી માત્ર ભારતમાં જ નહીં, અન્ય દેશોમાં પણ ઉત્સાહ અને ઉલ્લાસથી મનાવવામાં આવે છે. હોળીને 'રંગોનો તહેવાર' પણ કહેવાય છે. ગુજરાત અને ખાસ કરી સૌરાષ્ટ્રમાં, હોળીને 'હુતાસણી'થી ઓળખવામાં આવે છે.

સ્વીકૃતિઓ

દર વર્ષે ફાગણ માસની પુનમના દિવસે માર્ચ મહિનામાં આવતો લોકપ્રિય હિંદુ તહેવાર એટલે હોળી. હોળી અને ધુળેટી માત્ર ભારતમાં જ નહીં,અન્ય દેશોમાં પણ ઉત્સાહ અને ઉલ્લાસથી મનાવવામાં આવે છે. હોળીને 'રંગોનો તહેવાર' પણ કહેવાય છે. ગુજરાત અને ખાસ કરી સૌરાષ્ટ્રમાં,હોળીને 'હુતાસણી'થી ઓળખવામાં આવે છે.

આ પુસ્તક માટે મેં વિવિધ લેખ આધારિત માહિતી વિકિપીડિયા ,ગુગલ ઈમેજ,લેખ ને લાગતા આવેલા વિવિધ અખબારી અહેવાલ અને જે તે લેખક ના લેખ ના સંદર્ભો નો સહારો લીધો છે તે સૌ નો હું આભાર માનું છું .

અનુક્રમણિકા

• xi •

૧
ભારતમાં હોળી વિશેની રસપ્રદ વાતો

મિત્રો વિવિધ વિકિપીડિયા અને અખબારી અહેવાલ અને બ્લોગ અને વેબ સાઈટ ને ગુગલ ઈમેજ નો ઉપયોગ કરીને મેં માત્ર અહીં જાણકારી આપી છે જેની નોંધ લેજો.દર વર્ષે ફાગણ માસની પુનમના દિવસે માર્ચ મહિનામાં આવતો લોકપ્રિય હિંદુ તહેવાર એટલે હોળી. હોળી અને ધુળેટી માત્ર ભારતમાં જ નહીં,અન્ય દેશોમાં પણ ઉત્સાહ અને ઉલ્લાસથી મનાવવામાં આવે છે. હોળીને 'રંગોનો તહેવાર' પણ કહેવાય છે. ગુજરાત અને ખાસ કરી સૌરાષ્ટ્રમાં,હોળીને 'હુતાસણી'થી ઓળખવામાં આવે છે..

દર વર્ષે ફાગણ માસની પુનમના દિવસે માર્ચ મહિનામાં આવતો લોકપ્રિય હિંદુ તહેવાર એટલે હોળી.

હોળી અને ધુળેટી માત્ર ભારતમાં જ નહીં,અન્ય દેશોમાં પણ ઉત્સાહ અને ઉલ્લાસથી મનાવવામાં આવે છે. હોળીને 'રંગોનો તહેવાર' પણ કહેવાય છે. ગુજરાત અને ખાસ કરી સૌરાષ્ટ્રમાં,હોળીને 'હુતાસણી'થી ઓળખવામાં આવે છે. હોળીના બીજા દિવસ ધુળેટીને 'પડવો' કહેવામાં આવે છે.

હોળી આવતા લોકો ખુબ ઉત્સાહિત થઇ જાય છે . વર્ષનો આ સમય વસંત ઋતુના વધામણાનો સમય હોય છે. ખેતરો પાકથી લહેરાતાં હોય છે. યુવાન હૈયાં વસંતની સાથોસાથ ખીલી ઉઠે છે.

કુદરતમાં પુષ્પોનો પમરાટ અને એક જાતની માદકતા છવાઈ જાય છે જે ઢોલીના ઢોલ સાથે ગવાતા ફાગણના ફાગ અને ધુળેટીના રંગોમાં રંગાઈને ઝૂમી ઉઠતાં જુવાન નર-નારીઓમાં જણાઈ આવે છે. એટલે તો હોળીને 'દોલયાત્રા' કે 'વસંતોત્સવ' તરીકે પણ ઓળખવામાં આવે છે.

હોળીના દિવસોમાં ઘણા વિસ્તારોમાં ગામ લોકો વાજતે ગાજતે ગામમાં બધા જ લતાઓ કે વિસ્તારોમાં ફરીને હોળી માટેનો ફાળો ઉઘરાવવા નિકળે છે, આ લોકોને ઘૈરૈયાઓ કહેવાય છે.

સાંજે ગામના પાદર કે મુખ્ય ચોક જેવા સ્થાન પર છાણા,લાકડાં ની 'હોળી' ખડકીને હોળી પ્રગટાવવામાં આવે છે.

લોકો પ્રગટાવેલ હોળીની પ્રદક્ષિણા કરે છે તેમજ શ્રીફળ વગેરે પવિત્ર મનાતી વસ્તુઓથી હોળીનું પૂજન કરે છે. ઉજવણીની રીતો અલગ હોઈ શકે એમ છતાં દરેકની ભાવના એક જ હોય છે,

અને તે એ કે હોળી પ્રગટાવી આસુરી તત્વોનો નાશ કરવો અને દૈવી શક્તિઓનું સન્માન કરવું.

હોળીના બીજા દિવસે ધુળેટી મનાવાય છે. આ દિવસે સવારથી સૌ કોઇ નાના મોટા એકબીજા પર અબિલ,ગુલાલ તેમજ કેસુડાનાં રંગો છાંટી, રંગોની વર્ષામાં તરબોળ થઈને પોતાનો ઉત્સાહ અને આનંદ વ્યક્ત કરે છે.

કેટલાક લોકો આ દિવસોએ ભગવાન શિવને યાદ કરી ભાંગના નશાનો આનંદ લઈને મસ્ત બનીને નાચે છે. બોલીવુડની ફિલ્મી દુનિયાની જાણીતી હસ્તીઓ પણ ધુળેટીના રંગોમાં રંગાવાથી બાકાત રહેતી નથી.

"રંગબરસે,ભીગે ચુનરવા" જેવાં ગીતો ઘણી હિન્દી ફિલ્મોમાં જોવા મળે છે.

હોળી સાથે સંકળાયેલી પૌરાણિક કથાઓ .

હિંદુ ધર્મમાં આને લગતી "હોલિકા અને પ્રહલાદ"ની કથા બહુ જાણીતી છે. વૈષ્ણવ માન્યતા અનુસાર,હિરણ્યકશિપુ એ દાનવોનો રાજા હતો.એને બ્રહ્માજીનું વરદાન હતું કે તે 'દિવસે કે રાત્રે, ઘરની અંદર કે બહાર, ભુમિ પર કે આકાશમાં, માનવ દ્વારા કે પ્રાણી દ્વારા, અસ્ત્ર કે શસ્ત્ર દ્વારા કશાથી એનું મૃત્યું થશે નહીં'.

આ વરદાનને કારણે તે લગભગ અમર બની ગયો.તેને મારવો એ લગભગ અસંભવ થઇ ગયું.આથી તે અભિમાની અને અત્યાચારી બની ગયો.સ્વર્ગ અને પૃથ્વી પર બધેજ હાહાકાર મચાવી દીધો. તેણે ઇશ્વરને પૂજવાનું પણ બંધ કરાવ્યું અને પોતાની પૂજા કરવાનો હુકમ કર્યો.

હિરણ્યકશિપુનો પોતાનો પૂત્ર,પ્રહલાદ,ભગવાન વિષ્ણુનો ભક્ત હતો.એને કંઇ કેટલાં ય પ્રલોભનો તથા ડર બતાવી એણે ઇશ્વર ભક્તિથી દુર કરવાના પ્રયત્નો કર્યા પરંતુ પ્રહલાદ ડગ્યો નહીં અને પોતાની ભક્તિ ચાલુ રાખી.તેણે પ્રહલાદને મારવા માટે પણ બહું જ પ્રયત્ન કર્યા પરંતુ ઇશ્વરકૃપાથી તે બધા વિફલ રહ્યા.

છેવટે પ્રહલાદને મારી નાખવાના ઉદેશથી હિરણ્યકશિપુએ બાળક પ્રહલાદને, પોતાની બહેન હોલિકાનાં ખોળામાં બેસી,અગ્નિપરિક્ષા આપવાનો

આદેશ આપ્યો.હોલિકા,કે જેની પાસે એક એવી ઓઢણી હતી કે જે ધારણ કરે તેને અગ્નિ પણ બાળી શકે નહીં. પ્રહલાદે પિતાની આજ્ઞાનું પાલન કર્યું અને વિષ્ણુને પોતાનો જીવ બચાવવા માટે પ્રાર્થના કરી.

અંતે જ્યારે અગ્નિ પ્રગટાવવામાં આવ્યો ત્યારે પેલી ઓઢણી હોલિકાનાં મસ્તક પરથી ઉડી અને પ્રહલાદને વિંટળાઇ વળી,આથી હોલિકા અગ્નિમાં બળીને ભસ્મ થઇ ગઈ અને પ્રહલાદ સાજો સારો બહાર આવ્યો. આમ હોલિકાનું દહન થયું તે ઘટના હોળી ઉત્સવનું કારણ બની.

પછીથી ભગવાન વિષ્ણુ દ્વારા હિરણ્યકશિપુના વધની કથા આવે છે,જેમાં વિષ્ણુએ નૃસિંહ અવતાર ધારણ કરી બરાબર સંધ્યા સમયે, ઘરનાં ઉંબરા વચ્ચે, પોતાનાં ખોળામાં બેસાડીને પોતાના નખ દ્વારા ચીરી નાખી, હિરણ્યકશિપુનો વધ કરે છે.આમ આસુરી શક્તિઓ પર દૈવી શક્તિઓના વિજયનું આ પર્વ એટલે હોળી મનાવવામાં આવે છે.

હોળીનો તહેવારનો મુખ્ય સંબંધ પ્રહલાદ સાથે છે. પ્રહલાદ હતો વિષ્ણુ ભક્ત પણ તેણે એવા પરિવારમાં જન્મ લીધો હતો જેનો મુખ્ય માણસ ક્રૂર અને નિર્દયી હતો.

પ્રહલાદના પિતા એટલે કે નિર્દયી હિરણ્યકશ્યપ પોતાની જાતને ભગવાન સમજતો હતો અને પ્રજા પાસે પણ એ જ આશા રાખતો હતો કે તેઓ પણ એની જ પૂજા કરે અને તેને જ ભગવાન માને. જે લોકો આવુ ન કરતા તેમને મારી નાખવામાં આવતા અથવા તો જેલમાં નાખી દેવામાં આવતા.

જ્યારે હિરણ્યકશ્યપનો પુત્ર પ્રહલાદ વિષ્ણુ ભક્ત નીકળ્યો તો પહેલા તો તેને એ નિર્દયીએ ધમકાવ્યો અને પછી તેની પર અનેક દબાણો કર્યા કે તે વિષ્ણુની ભક્તિ છોડી હિરણ્યકશ્યપની પૂજા કરે. પણ પ્રહલાદને તો પોતાના ઈશ્વર પર શ્રધ્ધા હતી તેથી તે પોતાની ભક્તિથી ડગમગાયા વગર વિષ્ણૂની જ પૂજા કરતો.

બધા પ્રયત્નો કર્યા પછી પણ જ્યારે પ્રહલાદ ન માન્યો તો હિરણ્યકશ્યપે તેને મારવાનો વિચાર કર્યો. તે માટે તેણે ઘણા પ્રયત્નો કર્યા પણ પ્રહલાદ મર્યો નહી. છેવટે તે હિરણ્યકશ્યપે પોતાની બહેન હોલિકા જેણે અગ્નિમાં ન બળવાનુ વરદાન હતુ તેને બોલાવી અને પ્રહલાદને મારવાની એક યોજના બનાવી.

એક દિવસ નિર્દયી રાજાએ બધી બહુ લાકડીઓ ભેગી કરી અને તેમાં આગ ચાંપી દીધી. જ્યારે બધી લાકડીઓ તીવ્ર વેગથી બળવા લાગી, ત્યારે રાજાએ પોતાની બહેનને આદેશ આપ્યો કે તે પ્રહલાદને લઈને સળગતી લાકડીઓ વચ્ચે જઈ બેસે. હોલીકાએ એવુ જ કર્યું. મગર દેવયોગથી પ્રહલાદ તો બચી ગયો,

પરંતુ હોળીકા વરદાન પ્રાપ્ત હોવા છતાં બળીને રાખ થઈ ગઈ. ત્યારથી પ્રહલાદની ભક્તિ અને અસુરી રાક્ષસી હોલિકાની સ્મૃતિમાં આ તહેવારને મનાવતા આવી રહ્યા છે.

જો તમે વિચારી રહ્યાં હોવ કે વર્ષ 2023 માં હોળી ક્યારે ઉજવવામાં આવશે, તો તમારે જે જાણવાની જરૂર છે તે અહીં છે. હોળી એ બે દિવસનો તહેવાર છે જે હિન્દી પંચાંગ અનુસાર હિંદુ મહિનાના ફાલ્ગુનની પૂર્ણિમાના દિવસે ઉજવવામાં આવે છે.

હોળીનો પ્રથમ દિવસ હોલિકા દહન અથવા છોટી હોળી તરીકે ઓળખાય છે. તે એવો સમય છે જ્યારે લોકો અનિષ્ટ પર સારાની જીતના પ્રતીક તરીકે બોનફાયર પ્રગટાવે છે.

હોળીનો બીજો દિવસ ઉજવણીનો મુખ્ય દિવસ છે, જેમાં રંગો, પાણી અને ફૂલો સાથે રમવાનો સમાવેશ થાય છે.

હોળીનો બીજો દિવસ, જેને ધુળેંદી તરીકે ઓળખવામાં આવે છે, તે 8 માર્ચે ઉજવવામાં આવશે. તે એક એવો દિવસ છે જ્યારે લોકો રંગો, પાણી અને ફૂલો સાથે રમવા માટે ભેગા થાય છે.

તે એવો સમય છે જ્યારે લોકો તેમના તમામ મતભેદો ભૂલીને આનંદ અને એકતાની ભાવનાની ઉજવણી કરવા માટે ભેગા થાય છે.

એકંદરે, હોળી એ અનિષ્ટ પર સારાની જીત, વસંતના આગમન અને પ્રેમ અને એકતાની ભાવનાની ઉજવણી કરવાનો સમય છે. સંબંધોને મજબૂત કરવા, જૂના બંધનોને નવીકરણ કરવાનો અને નવા સંબંધો બનાવવાનો આ સમય છે.

હોળીનો ઇતિહાસ અને મહત્વ પ્રાચીન સમયથી છે. આ તહેવારના મૂળ હિન્દુ પૌરાણિક કથાઓમાં છે અને તે હોલિકા અને પ્રહલાદની દંતકથા સાથે સંકળાયેલ છે. દંતકથા અનુસાર, હિરણ્યકશ્યપ, એક રાક્ષસ રાજા, ભગવાન બ્રહ્મા દ્વારા એક વરદાન આપવામાં આવ્યું હતું, જેણે તેમને અજેય બનાવ્યા હતા.

હિરણ્યકશ્યપ ધમંડી બની ગયો અને તેની પૂજા ન કરનારા લોકોને ત્રાસ આપવા લાગ્યો. જો કે, તેનો પુત્ર પ્રહલાદ ભગવાન વિષ્ણુને સમર્પિત રહ્યો અને તેણે તેના પિતાની પૂજા કરવાનો ઇનકાર કર્યો.

હિરણ્યકશ્યપની બહેન હોલીકા, જેને અગ્નિ સામે પ્રતિરોધક હોવાનું વરદાન મળ્યું હતું, તેણે તેના ભાઈ સાથે મળીને પ્રહલાદને મારવાનું કાવતરું ઘડ્યું. હોલિકાએ પ્રહલાદને અગ્નિમાં તેના ખોળામાં બેસાડવાની છેતરપિંડી કરી, પરંતુ તેના આશ્ચર્યની વાત એ છે કે તે બળીને ભસ્મીભૂત થઈ ગઈ, અને પ્રહલાદ કોઈ નુકસાન વિના બહાર આવ્યો. આ પ્રસંગને હોળી તરીકે ઉજવવામાં આવે છે, જે અનિષ્ટ પર સારાની જીત દર્શાવે છે.

ગુજરાતમાં હોળીનો તહેવાર ખૂબ જ ઉત્સાહ અને જોશથી ઉજવવામાં આવે છે. રાજ્ય આ તહેવારની ઉજવણીની તેની અનોખી શૈલી માટે જાણીતું છે. લોકો હોળીની તૈયારીઓ અઠવાડિયા પહેલાથી જ શરૂ કરી દે છે.

તેઓ તેમના ધરોને સાફ કરે છે અને થંડાઈ, ગુજિયા અને નમકપારે જેવી વિશેષ સ્વાદિષ્ટ વાનગીઓ બનાવે છે. હોળીના દિવસે લોકો સમૂહમાં ભેગા થાય છે અને રંગોથી રમે છે.

તેઓ એકબીજાને રંગીન પાવડર અને પાણીથી ગૂંશે છે અને ઢોલ અને અન્ય સંગીતનાં સાધનોના તાલે ગાય છે અને નૃત્ય કરે છે. લોકો મીઠાઈઓ વહેંચે છે અને "હોલી હૈ" કહીને એકબીજાને શુભેચ્છા પાઠવે છે. ગુજરાતના કેટલાક ભાગોમાં, લોકો હોળીની આગલી રાત્રે હોળીકા દહનના પ્રતીક તરીકે હોળીકા દહન તરીકે ઓળખાતા બોનફાયર પણ બાળે છે.

હોળી ગુજરાતમાં એક મહત્વપૂર્ણ તહેવાર છે કારણ કે તે લોકોને એકસાથે લાવે છે અને પ્રેમ અને ભાઈચારાના બંધનને મજબૂત બનાવે છે. લોકો તેમના મતભેદો ભૂલીને રંગોના તહેવારની ઉજવણી કરવા માટે ભેગા થાય છે.

આ તહેવાર વસંતના આગમન અને શિયાળાના અંતનો પણ સંકેત આપે છે. આનંદ કરવાનો અને જીવનની નવી શરૂઆતની ઉજવણી કરવાનો આ સમય છે. હોળી એ માત્ર રંગોનો તહેવાર નથી પરંતુ જીવન, પ્રેમ અને ખુશીનો ઉત્સવ છે.

ભારતના વિવિધ રાજ્યોમાં હોળીની ઉજવણીના પ્રકાર

હોળી, રંગોનો તહેવાર, ભારતના વિવિધ ભાગોમાં ખૂબ જ ઉત્સાહ અને ઉત્સાહ સાથે ઉજવવામાં આવે છે. તહેવાર માત્ર રંગો ફેંકવા અને સંગીત પર નૃત્ય કરવાનો નથી, પરંતુ તે બંધનને મજબૂત કરવાનો,

સંબંધોને નવીકરણ કરવાનો અને તમામ મતભેદો ભૂલી જવાનો સમય પણ છે. જ્યારે હોળીની ભાવના સમગ્ર ભારતમાં સમાન રહે છે, ત્યારે તેની ઉજવણી કરવાની રીત દરેક રાજ્યમાં બદલાય છે. અહીં ભારતના વિવિધ રાજ્યોમાં હોળીની ઉજવણીના કેટલાક પ્રકારો છે:

ઉત્તર પ્રદેશમાં લથમાર હોળી:

ઉત્તર પ્રદેશના બરસાના શહેરમાં, હોળી એક અનોખી રીતે ઉજવવામાં આવે છે જેને લથમાર હોળી તરીકે ઓળખવામાં આવે છે. બરસાનાની સ્ત્રીઓ રમતિયાળ રીતે પુરુષોને લાકડીઓ (લાઠી) વડે હરાવે છે, જ્યારે પુરુષો ઢાલ વડે પોતાને બચાવવાનો પ્રયાસ કરે છે. આ પરંપરા ભગવાન કૃષ્ણ અને તેમની પત્ની રાધાની દંતકથા પર આધારિત છે.

પશ્ચિમ બંગાળમાં, હોળીને ડોલ જાત્રા તરીકે ઓળખવામાં આવે છે, અને તે ભગવાન કૃષ્ણ અને તેમની પત્ની રાધાની મૂર્તિને શણગારેલા ઝૂલા પર ઝુલાવીને ઉજવવામાં આવે છે. મૂર્તિઓને રંગોથી રંગવામાં આવે છે, અને ભક્તો ભક્તિ ગીતો ગાય છે અને ઢોલના તાલે નૃત્ય કરે છે.

બિહારમાં ફાગુવા:

બિહારમાં, હોળીને ફાગુવા તરીકે ઓળખવામાં આવે છે, અને તે હોળીની પૂર્વસંધ્યાએ અગ્નિ પ્રગટાવીને અનિષ્ટ પર સારાની જીતને ચિહ્નિત કરવા માટે ઉજવવામાં આવે છે. બીજા દિવસે, લોકો એકબીજાને રંગો અને પાણીથી ગંધે છે અને પાણીની બંદૂકો અને પાણીના ફુગ્ગાઓ વડે રમે છે.

મણિપુરમાં યાઓસાંગ:

મણિપુરમાં, હોળીને યાઓસાંગ તરીકે ઓળખવામાં આવે છે, અને તે પાંચ દિવસ સુધી ખૂબ જ ઉત્સાહ સાથે ઉજવવામાં આવે છે. આ ઉત્સવ થાબલ ચોંગબા નૃત્યના પ્રદર્શન દ્વારા ચિહ્નિત થયેલ છે, જેમાં નાના છોકરાઓ અને છોકરીઓ હાથ પકડીને વર્તુળમાં ગાય છે અને નૃત્ય કરે છે.

મહારાષ્ટ્રમાં રંગ પંચમી:

મહારાષ્ટ્રમાં, હોળીને રંગ પંચમી તરીકે ઓળખવામાં આવે છે, અને તે ફાલ્ગુન મહિનામાં પૂર્ણિમાના દિવસ પછી પાંચમા દિવસે ઉજવવામાં આવે છે. આ દિવસે લોકો રંગો અને પાણીથી રમે છે અને પૂરી પોળી અને શ્રીખંડ જેવી મીઠાઈઓ બનાવે છે.

હોળી એ એક તહેવાર છે જે લોકોને એકસાથે લાવે છે અને આનંદ, પ્રેમ અને ખુશીની ભાવનાની ઉજવણી કરે છે. જ્યારે હોળીની ઉજવણીની રીત દરેક રાજ્યમાં અલગ અલગ હોય છે, ત્યારે તહેવારનો સાર એ જ રહે છે. ભારતના વિવિધ રાજ્યોમાં હોળીની ઉજવણીના પ્રકારોના આ ફક્ત થોડા ઉદાહરણો છે, અને આ અદ્ભુત તહેવારની ઉજવણી કરવાની ઘણી વધુ અનન્ય અને રંગીન રીતો છે.

હોળી એ રંગો અને આનંદનો તહેવાર છે જે સમગ્ર ભારતમાં અને વિશ્વના અન્ય ભાગોમાં ઉજવવામાં આવે છે. તે એવો સમય છે જ્યારે લોકો બધા મતભેદો ભૂલીને એકસાથે આવે છે અને અનિષ્ટ પર સારાની જીતની ઉજવણી કરે છે. અહીં હોળી પર 15 રેખાઓ છે:

હિંદુ મહિનામાં ફાલ્ગુના પૂર્ણિમાના દિવસે હોળી ઉજવવામાં આવે છે.

- આ તહેવારને "રંગોનો તહેવાર" અને "પ્રેમનો તહેવાર" તરીકે પણ ઓળખવામાં આવે છે.

- હોળીની ઉત્પત્તિ પ્રાચીન હિંદુ ગ્રંથો અને પૌરાણિક કથાઓમાંથી શોધી શકાય છે.
- આ તહેવાર અનિષ્ટ પર સારાની જીત અને વસંતના આગમનને ચિહ્નિત કરવા માટે ઉજવવામાં આવે છે.
- હોળી પર, લોકો રંગો અને પાણીથી રમે છે અને એકબીજા પર રંગીન પાવડર અને પાણીના ફુગ્ગા ફેંકે છે.
- ગુજિયા, મથરી અને થંડાઈ જેવી ખાસ હોળીની મીઠાઈઓ તૈયાર કરવામાં આવે છે અને મિત્રો અને પરિવાર સાથે વહેંચવામાં આવે છે.
- આ તહેવાર લોકો માટે ભૂતકાળની ફરિયાદોને માફ કરવા અને ભૂલી જવાનો અને નવેસરથી શરૂઆત કરવાનો પ્રસંગ પણ છે.
- હોળી જાતિ, સંપ્રદાય અથવા ધર્મને ધ્યાનમાં લીધા વિના તમામ ઉંમરના અને પૃષ્ઠભૂમિના લોકો દ્વારા ઉજવવામાં આવે છે.
- તહેવાર એ સંબંધોને મજબૂત કરવાનો, જૂના બંધનોને નવીકરણ કરવાનો અને નવા સંબંધો બનાવવાનો સમય છે.
- ભારત અને વિશ્વના જુદા જુદા ભાગોમાં હોળી અલગ અલગ રીતે ઉજવવામાં આવે છે.
- કેટલાક સ્થળોએ, લોકો અનિષ્ટ પર સારાની જીતના પ્રતીક તરીકે બોનફાયર પ્રગટાવે છે.
- અન્ય સ્થળોએ, લોકો તહેવારની ઉજવણી માટે સાંસ્કૃતિક કાર્યક્રમો અને સંગીતના કાર્યક્રમોનું આયોજન કરે છે.
- હોળી એ લોકો માટે રંગબેરંગી કપડાં પહેરવાનો અને પરંપરાગત પોશાક પહેરવાનો પ્રસંગ પણ છે.
- આ તહેવાર લોકો માટે વિવિધ પ્રકારના ખોરાક અને મીઠાઈઓ અજમાવવાની તક પણ છે.
- હોળી એ પ્રેમ, ખુશી અને આનંદ ફેલાવવાનો અને મિત્રતા અને પરિવારના બંધનોને વળગી રહેવાનો સમય છે.

જો તમે ગુજરાતમાં હોળીની ઉજવણી કરવાનું આયોજન કરી રહ્યાં છો, તો તમારી ઉજવણીને વધુ યાદગાર અને આનંદપ્રદ બનાવવા માટે અહીં કેટલીક ટીપ્સ અને વિચારો આપ્યા છે:

રંગો સાથે રમતી વખતે, આરામદાયક અને જૂના કપડાં પહેરવા વધુ સારું છે કારણ કે તે ડાઘ અથવા નુકસાન થઈ શકે છે. તમારા શરીરને ઢાંકી દે તેવા કપડાં પહેરવા એ પણ સારો વિચાર છે, કારણ કે કેટલાક લોકો મજબૂત રંગોનો

ઉપયોગ કરી શકે છે જે બળતરા અથવા એલર્જીનું કારણ બની શકે છે.

કુદરતી અને પર્યાવરણને અનુકૂળ રંગોનો ઉપયોગ કરવો એ પર્યાવરણ અથવા તમારી ત્વચાને નુકસાન પહોંચાડ્યા વિના હોળીની ઉજવણી કરવાનો શ્રેષ્ઠ માર્ગ છે. તમે ફૂલો, હળદર, મહેંદી અને અન્ય કુદરતી ઘટકોનો ઉપયોગ કરીને ઘરે કુદરતી રંગો બનાવી શકો છો. વૈકલ્પિક રીતે, તમે બજારમાંથી ઓર્ગેનિક અને ઇકો-ફ્રેન્ડલી રંગો ખરીદી શકો છો.

પરિવાર અને મિત્રો સાથે હોળી રમવી હંમેશા વધુ આનંદદાયક અને આનંદદાયક હોય છે. તમે તમારા પ્રિયજનો સાથે ગેટ-ટુગેધરની યોજના બનાવી શકો છો અને સાથે મળીને તહેવારની ઉજવણી કરી શકો છો. ઉજવણીને વધુ રસપ્રદ અને આકર્ષક બનાવવા માટે તમે રમતો અને પ્રવૃત્તિઓનું પણ આયોજન કરી શકો છો.

હોળી એ કેટલીક સ્વાદિષ્ટ ગુજરાતી વાનગીઓનો આનંદ લેવાનો ઉત્તમ સમય છે. તમે ઢોકળા, થેપલા, ખાંડવી, ફાફડા અને સેવ પુરી જેવી વાનગીઓ અજમાવી શકો છો. રંગો સાથે રમ્યા પછી તમારા શરીરને ઠંડક આપવા માટે તમે થંડાઈ, લસ્સી અને જલજીરા જેવા ખાસ પીણાં પણ બનાવી શકો છો.

હોળીની ઉજવણી કરતી વખતે, અન્ય લોકો પ્રત્યે આદર અને વિચારશીલ બનવું મહત્ત્વપૂર્ણ છે. કેટલાક લોકો રંગો સાથે રમવા માંગતા ન હોઈ શકે, તેથી તેમને રંગો સાથે ગંધ કરતા પહેલા તેમની પરવાનગી માટે પૂછવું વધુ સારું છે. લોકોની સીમાઓનું સન્માન કરવું અને શિષ્ટતાની રેખાને પાર ન કરવી તે પણ મહત્ત્વપૂર્ણ છે.

હોળી એ રંગો, પ્રેમ અને ખુશીઓનો તહેવાર છે. તમામ મતભેદો ભૂલીને જીવનની ઉજવણી કરવા માટે સાથે આવવાનો આ સમય છે. ગુજરાતમાં હોળીની ઉજવણી કરવી એ એક અનોખો અને યાદગાર અનુભવ છે, અને આ ટિપ્સ અને વિચારો તમને તમારી ઉજવણીનો મહત્તમ લાભ લેવામાં મદદ કરશે. સલામત, આદરપૂર્ણ અને પર્યાવરણને અનુકૂળ રહેવાનું યાદ રાખો, અને ખુશ અને રંગીન હોળી મનાવો.

ઠંડીની વિદાય અને ગરમીના આગમન સાથે રંગોનો તહેવાર હોળી ભારતમાં રંગેચંગે મનાવવામાં આવે છે. લોકો રંગબેરંગી કલર સાથે શેરીઓમાં ઉતરી આવે છે અને એકબીજાને રંગોથી રીતસરના નવડાવી દે છે.

દિલ્હી, અમદાવાદ જેવા મેટ્રો શહેરોમાં તો પૂલ પાર્ટી, ડાન્સ અને મ્યુઝિક સાથે ધૂળેટીની ઉજવણી થવા લાગી છે. જો કે, દરેક રાજ્યની હોળીની ઉજવણી અલગ અલગ હોય છે. રંગોના તહેવારને ઉજવવાની દરેકની પોતાની અલગ ખાસિયત હોય છે. તો ભારતમાં હોળીના તહેવારને કેવી રીતે સેલિબ્રેટ કરવામાં

આવે છે, સાંસ્કૃતિક ભિન્નતા કેવા પ્રકારની હોય છે તે શોધવાનો અમે પ્રયત્ન કર્યો છે. તો આવો જાણીએ વિવિધ પ્રદેશોના હોળીના રંગો વિશે..

ગુગલ તસ્વીર પ્રતિકાત્મક

ગુગલ તસ્વીર પ્રતિકાત્મક

ગુગલ તસ્વીર પ્રતિકાત્મક

ગુગલ તસ્વીર પ્રતિકાત્મક

મધ્યપ્રદેશમાં હોળીનો તહેવાર ફક્ત એક દિવસની ઉજવણી પૂરતો સિમિત નથી હોતો. હોળીના 5 દિવસ પછી રંગપંચમીની રંગેચંગે ઉજવણી કરવામાં આવે છે. આ સેલિબ્રેશન ફક્ત રંગ પૂરતુ મર્યાદિત નથી. પરંતુ રંગની સાથે તેમાં સંગીતના સૂરોનો પણ ઉમેરો થાય છે.

સ્થાનિક મ્યુનિસિપલ કોર્પોરેશન હોળીના કલરથી રંગીન બનેલા પાણીને ઇન્દોરના રસ્તાઓ પર ઢોળે છે. આની પાછળની કથા એવી છે કે મરાઠા હોલકરે ઇન્દોર પર વિજય મેળવ્યો હતો. ત્યારે તેઓ રંગપંચમીની પ્રણાલી પોતાની સાથે લઇને આવ્યા હતા. જેમાં હોળીથી પાંચમા દિવસે કલરફૂલ ઉજવણી કરવામાં આવે છે. આ રીતે ઇન્દોરની હોળીની ઉજવણીનો અંદાજ કંઇક ખાસ બની જાય છે.

મણિપુરમાં હોળી 6 દિવસનો તહેવાર હોય છે. જેને યાઓસંગ નામથી ઓળખવામાં આવે છે. તહેવારની શરૂઆત ભૂસાથી બનેલી એક નાનકડી ઝૂંપડીને પ્રગટાવવાથી થાય છે.

ત્યાર બાદ નાના બાળકો ઘરે-ઘરે જઇને પહેલા બે દિવસ ઉપહાર તરીકે નાકાડોંગ (પૈસા) ભેગા કરે છે. તહેવાનું મુખ્ય આકર્ષણ એક મણિપુરી લોક નૃત્ય છે જેને 'થબલ ચોંગબા'ના નામથી ઓળખાય છે. ઘણાં લોક ગીતો અને આધુનિક બેન્ડની સાથે, મણિપુરનો સ્પર્શ તેને ભારતમાં હોળીના તહેવારને મનાવવાના સૌથી અનોખી રીતોમાંની એક બનાવે છે.

રંગ ફેંકવાના બદલે, ઘોડાઓને દર્શકોની વચ્ચેથી દોડતા જુઓ, જેની પર ઉગ્ર દેખાતા શિખોને દાંતમાં કાતરી, હાથમાં ભાલા અને કુહાડીથી સજ્જ જોઇ શકાય છે. હોલા મહોલ્લા એક વાર્ષિક મેળો છે જે 1701થી શરૂ થાય છે,

જે ભારતમાં હોળીની ઉજવણીની સૌથી જુની રીતોમાંની એક ગણાય છે. આ તહેવારમાં 3 દિવસ સુધી પૂજા સાથે ઉત્સવની ઉજવણી કરવામાં આવે છે. મોહલ્લા મેળાની ઉજવણી ચરણ ગંગા નદીના ધાસના મેદાનો પર પરંપરાગત રીતે કરવામાં આવે છે.જેમાં શિખો દ્વારા શક્તિનું પ્રદર્શન કરવામાં આવે છે.

તમને કદાચ આમાં હિંસા દેખાય, પરંતુ યૂપીના બરસાણામાં તો આ રીતે જ હોળી ઉત્સવની ઉજવણી થાય છે. દંતકથા અનુસાર, ભગવાન કૃષ્ણ આ દિવસે પોતાની વ્હાલી રાધાના ગામ ગયા હતા અને તેને અને તેમના દોસ્તોને ખીજવતા હતા. ત્યારે નારાજ થઇને બરસાણાની મહિલાઓએ તેમનો પીછો કર્યો. બસ, ત્યારથી કૃષ્ણના ગામ નંદગામમાં પુરુષો હોળી રમવા બરસાણા આવે છે અને બરસાણાની મહિલાઓ લાકડી લઇને તેમનો પીછો કરે છે.

બંગાળમાં હોળીને 'ડોલ જાત્રા', 'ડોલ પૂર્ણિમા' કે 'સ્વિંગ ફેસ્ટિવલ' તરીકે ઓળખવામાં આવે છે. આ એક સન્માનજનક પ્રસંગ છે અને તેને પાલખી પર કૃષ્ણ અને રાધાની મૂર્તિઓને રાખીને મનાવવામાં આવે છે.

સજાવેલી પાલખીને મુખ્ય રસ્તાની ચારેતરફ ફેરવવામાં આવે છે. ત્યારે લોકો કેસરી રંગ કે શુદ્ધ સફેદ કપડા પહેરીને, સંગીત વાદ્યયંત્રની સંગતમાં ગાતા અને નૃત્ય કરતા નજરે પડે છે. ભક્ત એક પછી એક પાલખીને ઝુલાવે છે અને પુરુષ તેમની પર રંગીન પાણી ફેંકે છે

વીરાન ખંડેરોની દુનિયા એટલે કર્ણાટકનું હમ્પી શહેર. અહીં હોળીની ઉજવણી ઉત્સાહ અને ઉમંગથી થાય છે. દક્ષિણ ભારતમાં તમને હોળીની ઉજવણીમાં ઉત્તર ભારત જેવી મજા કદાચ ન આવે પરંતુ હમ્પીમાં ઢોલ-નગારા સાથે સવાર-સવારમાં રસીયાઓ હોળી મનાવવા નીકળી પડે છે. પોતાને અને પોતાના દોસ્તોને સુંદર રંગોમાં ઢંકાવાની તક ઝડપો. આ માર્ચમાં આ સ્થળો પર ભારતમાં હોળીનો તહેવાર મનાવો અને બપોરની મસ્તીનો અનુભવ કરો.

હોળીના તહેવારના 40 દિવસ પહેલા ભારતમાં હોળીનો તહેવાર ઉજવાતો હોય તેવી કલ્પના તમે કરી શકો ખરા? જી હાં! મંદિર નગરી મથુરા અને વૃંદાવનમાં હોળીની ઉજવણી એક મહિના પહેલા એટલે કે વસંત પંચમીના દિવસે શરૂ થાય છે.

મથુરામાં શ્રી કૃષ્ણ જન્માસ્થમ હોળીના એક અઠવાડિયા પહેલા એક પ્રખ્યાત શોનું આયોજન કરે છે. ઉપરાંત, વૃંદાવનમાં શ્રી બાંકે બિહારી મંદિરમાં એક સપ્તાહ ચાલતા હોળીના તહેવારની ઉજવણી થાય છે જે સમગ્ર દેશના લોકોને

આકર્ષિત કરે છે.

હોળી માત્ર તહેવાર કે પરંપરા નથી પર્યાવરણથી માંડીને સ્વાસ્થ્ય માટે પણ ખૂબ મહત્ત્વપૂર્ણ તહેવાર છે.હોળી માત્ર એક તહેવાર અથવા પરંપરા નથી, પરંતુ આ પર્યાવરણથી લઇને તમારા સ્વાસ્થ્ય માટે પણ ખૂબ જ મહત્ત્વપૂર્ણ છે. હોળી મનાવવાનું ધાર્મિક કારણ તો તમે જાણો જ છો, પરંતુ શું તમે તેનું વૈજ્ઞાનિક કારણ પણ જાણો છો?

વૈજ્ઞાનિકોનું કહેવું છે આપણે આપણા પૂર્વજોનો આભાર માનવો જોઇએ કે તેમણે વૈજ્ઞાનિક દ્રષ્ટિએ ખૂબ જ યોગ્ય સમય પર હોળીનો તહેવાર મનાવવાની શરૂઆત કરી. પરંતુ હોળીના તહેવારની મસ્તી એટલી બધી હોય છે કે લોકો તેના વૈજ્ઞાનિક કારણથી અજાણ રહે છે.

હોળીનો તહેવાર વર્ષમાં એવા સમયે આવે છે જ્યારે વાતાવરણમાં પલટો થવાને કારણે લોકો આળસુ બની ગયા હોય છે. ઠંડીમાંથી ગરમ વાતાવરણ થવાને કારણે શરીરને થોડીક થકાવટ અને સુસ્તીનો અનુભવ થવો તે કુદરતી છે. શરીર આ સુસ્તીને દૂર ભગાડવા માટે જ લોકો ફાગણની આ ઋતુમાં જોરશોરથી હોળી પર્વની ઉજવણી કરે છે.

આ ઋતુમાં વગાડવામાં આવતું સંગીત પણ શરીરને નવી ઉર્જા પ્રદાન કરે છે. આ ઉપરાંત રંગ જ્યારે શરીર પર નાંખવામાં આવે છે ત્યારે તેનો અનોખો પ્રભાવ પડે છે.

ડૉક્ટર પ્રધાન અનુસાર, હોળીમાં શરીર પર ફૂલોમાંથી તૈયાર કરવામાં આવેલા રંગીન પાણી, વિશુદ્ધ રીતે અબીલ અને ગુલાલ નાંખવાથી શરીરને ફ્રેશ અનુભવ કરાવે છે અને આ શરીરને તાજગીભર્યું બનાવે છે.

જૈવ વૈજ્ઞાનિકોનું માનવું છે કે ગુલાલ અથવા અબીલ શરીરની ત્વચાને ઉત્તેજિત કરે છે અને છિદ્રોમાં સમાઇ જાય છે અને શરીરને મજબૂતી આપે છે. સ્વાસ્થ્ય માટે પણ લાભદાયી છે. તેનાથી સુંદરતામાં પણ નિખાર આવે છે.

હોળીનો તહેવાર મનાવવાનું એક બીજું વૈજ્ઞાનિક કારણ છે. જે હોલિકા દહનની પરંપરા સાથે જોડાયેલું છે. શરદ ઋતુની સમાપ્તિ અને વસંત ઋતુના આગમનનો આ સમય પર્યાવરણ અને શરીરમાં બેક્ટેરિયાની વૃદ્ધિમાં વધારો કરે છે પરંતુ હોલિકા દહનથી લગભગ 145 ડિગ્રી ફેરનહિટ સુધી તાપમાન વધે છે.

પરંપરા અનુસાર જ્યારે લોકો સળગતી હોલિકાની પરિક્રમા કરે છે ત્યારે હોલિકામાંથી નિકળતી ગરમી શરીર અને આસપાસના પર્યાવરણમાં રહેલ બેક્ટેરિયાને નષ્ટ કરે દે છે. અને આ પ્રકારે તે શરીર તથા પર્યાવરણને સ્વચ્છ કરે છે.

દક્ષિણ ભારતમાં જે રીતે હોળી મનાવવામાં આવે છે, તેનાથી સ્વાસ્થ્યને લાભ થાય છે. હોલિકા દહન બાદ ઓલવાઇ ગયેલી રાખ વિભૂતિ તરીકે પોતાના માથા પર લગાવે છે અને સારા સ્વાસ્થ્ય માટે તેઓ ચંદન તથા આંબા પરના મોરને મિક્સ કરીને સેવન કરે છે.

કેટલાક વૈજ્ઞાનિકોનું એ પણ કહેવું છે કે રંગો રમવાથી સ્વાસ્થ્ય પર સકારાત્મક પ્રભાવ પડે છે કારણ કે રંગ આપણા શરીર તથા માનસિક સ્વાસ્થ્ય પર કેટલાય પ્રકારની અસર નાંખે છે. ડૉક્ટરોનું માનવું છે કે એક સ્વસ્થ શરીર માટે રંગોનું આગવું સ્થાન છે.

આપણા શરીરમાં કોઇ રંગ વિશેષની ઉણપ કેટલીય બિમારીઓને જન્મ આપે છે અને તેની સારવાર માત્ર તે રંગ વિશેષની પૂર્તિ કરીને જ થઇ શકે છે.

હોળીના અવસરે લોકો પોતાના ઘરમાં સાફ-સફાઇ કરે છે જેનાથી ધૂળ, મચ્છરો અને અન્ય કીટાણુઓ દૂર થાય છે. એક સાફ-સ્વચ્છ ઘર સામાન્ય રીતે ઘરમાં રહેતા લોકોને સકારાત્મક ઉર્જા આપે છે.

આ પુસ્તક માટે મેં વિવિધ લેખ આધારિત માહિતી વિકિપીડિયા ,ગુગલ ઈમેજ,લેખ ને લાગતા આવેલા વિવિધ અખબારી અહેવાલ અને જે તે લેખક ના લેખ ના સંદભી નો સહારો લીધો છે તે સૌ નો હું આભાર માનું છું .